TRANZLATY

Language is for everyone

Tungumál er fyrir alla

Beauty and the Beast

Fegurðin og Dýrið

Gabrielle-Suzanne Barbot de Villeneuve

English / Íslenska

Copyright © 2025 Tranzlaty
All rights reserved
Published by Tranzlaty
ISBN: 978-1-83566-977-8
Original text by Gabrielle-Suzanne Barbot de Villeneuve
La Belle et la Bête
First published in French in 1740
Taken from The Blue Fairy Book (Andrew Lang)
Illustration by Walter Crane
www.tranzlaty.com

There was once a rich merchant
Þar var einu sinni ríkur kaupmaður
this rich merchant had six children
þessi ríki kaupmaður átti sex börn
he had three sons and three daughters
hann átti þrjá syni og þrjár dætur
he spared no cost for their education
hann sparaði engan kostnað við menntun þeirra
because he was a man of sense
því hann var skynsamur maður
but he gave his children many servants
en hann gaf börnum sínum marga þjóna
his daughters were extremely pretty
dætur hans voru einstaklega fallegar
and his youngest daughter was especially pretty
og yngsta dóttir hans var sérstaklega falleg
as a child her Beauty was already admired
sem barn var fegurð hennar þegar dáð
and the people called her by her Beauty
og fólkið kallaði hana fyrir fegurð hennar
her Beauty did not fade as she got older
fegurð hennar dofnaði ekki þegar hún varð eldri
so the people kept calling her by her Beauty
svo fólkið hélt áfram að kalla hana af fegurð hennar
this made her sisters very jealous
þetta gerði systur hennar mjög afbrýðisamar
the two eldest daughters had a great deal of pride
báðar elstu dæturnar höfðu mikið stolt
their wealth was the source of their pride
auður þeirra var uppspretta stolts þeirra
and they didn't hide their pride either
og þeir leyndu ekki stolti sínu heldur
they did not visit other merchants' daughters
ekki heimsóttu þær aðrar kaupmannadætur
because they only meet with aristocracy
vegna þess að þeir hitta aðeins aðalsmenn

they went out every day to parties
þeir fóru út á hverjum degi í veislur
balls, plays, concerts, and so forth
böll, leikrit, tónleikar og svo framvegis
and they laughed at their youngest sister
og hlógu að yngstu systur sinni
because she spent most of her time reading
því hún eyddi mestum tíma sínum í lestur
it was well known that they were wealthy
það var kunnugt að þeir voru ríkir
so several eminent merchants asked for their hand
báðu því nokkrir ágætir kaupmenn um hönd sína
but they said they were not going to marry
en þeir sögðust ekki ætla að giftast
but they were prepared to make some exceptions
en þeir voru reiðubúnir að gera nokkrar undantekningar
"perhaps I could marry a Duke"
„Ég gæti kannski gifst hertoga"
"I guess I could marry an Earl"
„Ég býst við að ég gæti gifst jarli"
Beauty very civilly thanked those that proposed to her
fegurð þakkaði mjög kurteislega þeim sem buðu henni
she told them she was still too young to marry
hún sagði þeim að hún væri enn of ung til að giftast
she wanted to stay a few more years with her father
hún vildi vera í nokkur ár í viðbót hjá föður sínum
All at once the merchant lost his fortune
Allt í einu missti kaupmaðurinn auð sinn
he lost everything apart from a small country house
hann missti allt fyrir utan lítið sveitahús
and he told his children with tears in his eyes:
Og hann sagði börnum sínum með tár í augunum:
"we must go to the countryside"
„við verðum að fara í sveitina"
"and we must work for our living"
"og við verðum að vinna fyrir lífinu"

the two eldest daughters didn't want to leave the town
tvær elstu dæturnar vildu ekki fara úr bænum
they had several lovers in the city
þeir áttu nokkra ástmenn í borginni
and they were sure one of their lovers would marry them
og þeir voru vissir um að einn elskhugi þeirra myndi giftast þeim
they thought their lovers would marry them even with no fortune
þeir héldu að elskendur þeirra myndu giftast þeim jafnvel án auðæfa
but the good ladies were mistaken
en góðu dömunum skjátlaðist
their lovers abandoned them very quickly
elskendur þeirra yfirgáfu þá mjög fljótt
because they had no fortunes any more
því að þeir áttu enga gæfu framar
this showed they were not actually well liked
þetta sýndi að þeir voru í raun ekki vel liðnir
everybody said they do not deserve to be pitied
allir sögðu að þeir ættu ekki skilið að vera vorkunnir
"we are glad to see their pride humbled"
„við erum ánægð að sjá stolt þeirra auðmýkt"
"let them be proud of milking cows"
„leyfum þeim að vera stoltir af því að mjólka kýr"
but they were concerned for Beauty
en þeim var umhugað um fegurð
she was such a sweet creature
hún var svo ljúf skepna
she spoke so kindly to poor people
hún talaði svo vinsamlega við fátækt fólk
and she was of such an innocent nature
og hún var svo saklaus að eðlisfari
Several gentlemen would have married her
Nokkrir herrar hefðu gifst henni
they would have married her even though she was poor

þau hefðu gifst henni þó hún væri fátæk
but she told them she couldn't marry them
en hún sagði þeim að hún mætti ekki giftast þeim
because she would not leave her father
því hún vildi ekki yfirgefa föður sinn
she was determined to go with him to the countryside
hún var staðráðin í að fara með honum í sveitina
so that she could comfort and help him
svo að hún gæti huggað hann og hjálpað honum
Poor Beauty was very grieved at first
Fátækur fegurð var mjög harmur í fyrstu
she was grieved by the loss of her fortune
hún var harmþrungin yfir auðæfum sínum
"but crying won't change my fortunes"
"en grátur mun ekki breyta örlögum mínum"
"I must try to make myself happy without wealth"
„Ég verð að reyna að gera mig hamingjusaman án auðs"
they came to their country house
þeir komu í sveit sína
and the merchant and his three sons applied themselves to husbandry
og kaupmaðurinn og þrír synir hans lögðu sig fram við búskap
Beauty rose at four in the morning
fegurðin reis upp klukkan fjögur að morgni
and she hurried to clean the house
og hún flýtti sér að þrífa húsið
and she made sure dinner was ready
og hún sá til þess að kvöldmaturinn væri tilbúinn
in the beginning she found her new life very difficult
í upphafi fannst henni nýja lífið mjög erfitt
because she had not been used to such work
vegna þess að hún hafði ekki verið vön slíkri vinnu
but in less than two months she grew stronger
en á innan við tveimur mánuðum efldist hún
and she was healthier than ever before

og hún var heilbrigðari en nokkru sinni fyrr
after she had done her work she read
eftir að hún hafði unnið verk sitt las hún
she played on the harpsichord
hún lék á sembal
or she sung whilst she spun silk
eða hún söng á meðan hún spunni silki
on the contrary, her two sisters did not know how to spend their time
þvert á móti vissu tvær systur hennar ekki hvernig þær ættu að eyða tíma sínum
they got up at ten and did nothing but laze about all day
þeir fóru á fætur klukkan tíu og gerðu ekki annað en að liggja í leti allan daginn
they lamented the loss of their fine clothes
þeir harmuðu tjón af fínu fötunum sínum
and they complained about losing their acquaintances
og kvörtuðu þeir yfir að missa kunningja sína
"Have a look at our youngest sister," they said to each other
„Líttu á yngstu systur okkar," sögðu þau við hvort annað
"what a poor and stupid creature she is"
"hvað hún er léleg og heimsk skepna"
"it is mean to be content with so little"
"það er vont að vera sáttur við svona lítið"
the kind merchant was of quite a different opinion
hinn góði kaupmaður var á allt annarri skoðun
he knew very well that Beauty outshone her sisters
hann vissi vel, að fegurðin skartaði systur hennar
she outshone them in character as well as mind
hún skartaði þeim í karakter jafnt sem huga
he admired her humility and her hard work
hann dáðist að auðmýkt hennar og dugnaði hennar
but most of all he admired her patience
en mest dáðist hann að þolinmæði hennar
her sisters left her all the work to do
systur hennar létu hana eftir allt verkið

and they insulted her every moment
og þeir móðguðu hana hverja stund
The family had lived like this for about a year
Þannig hafði fjölskyldan búið í um eitt ár
then the merchant got a letter from an accountant
þá fékk kaupmaðurinn bréf frá bókhaldara
he had an investment in a ship
hann átti fjárfestingu í skipi
and the ship had safely arrived
og var skipið komið heilu og höldnu
this news turned the heads of the two eldest daughters
t fréttir hans sneru höfuðið á tveimur elstu dætrunum
they immediately had hopes of returning to town
þeir gerðu sér strax vonir um að snúa aftur í bæinn
because they were quite weary of country life
vegna þess að þeir voru frekar þreyttir á sveitalífinu
they went to their father as he was leaving
þeir fóru til föður síns er hann var að fara
they begged him to buy them new clothes
þeir báðu hann kaupa sér ný föt
dresses, ribbons, and all sorts of little things
kjólar, slaufur og alls konar smáhlutir
but Beauty asked for nothing
en fegurðin bað ekki um neitt
because she thought the money wasn't going to be enough
vegna þess að hún hélt að peningarnir myndu ekki duga
there wouldn't be enough to buy everything her sisters wanted
það væri ekki nóg til að kaupa allt sem systur hennar vildu
"What would you like, Beauty?" asked her father
"Hvað myndirðu vilja, fegurð?" spurði faðir hennar
"thank you, father, for the goodness to think of me," she said
„Þakka þér, faðir, fyrir það góða að hugsa um mig," sagði hún
"father, be so kind as to bring me a rose"
"faðir, vertu svo góður að færa mér rós"
"because no roses grow here in the garden"

"því engar rósir vaxa hér í garðinum"
"and roses are a kind of rarity"
"og rósir eru eins konar sjaldgæfur"
Beauty didn't really care for roses
fegurð var ekki alveg sama um rósir
she only asked for something not to condemn her sisters
hún bað bara um eitthvað til að fordæma ekki systur sínar
but her sisters thought she asked for roses for other reasons
en systur hennar þóttust biðja um rósir af öðrum ástæðum
"she did it just to look particular"
„hún gerði það bara til að líta sérstaklega út"
The kind man went on his journey
Hinn góði maður fór ferð sína
but when he arrived they argued about the merchandise
en er hann kom, deildu þeir um varninginn
and after a lot of trouble he came back as poor as before
og eptir mikið vesen kom hann aftur eins fátækur og áður
he was within a couple of hours of his own house
hann var innan við nokkra klukkutíma frá eigin húsi
and he already imagined the joy of seeing his children
og hann ímyndaði sér nú þegar gleðina við að sjá börnin sín
but when going through forest he got lost
en þegar hann fór um skóg villtist hann
it rained and snowed terribly
það rigndi og snjóaði hræðilega
the wind was so strong it threw him off his horse
vindurinn var svo mikill að hann kastaði honum af hestinum
and night was coming quickly
og nóttin kom fljótt
he began to think that he might starve
hann fór að hugsa um að hann gæti svelt
and he thought that he might freeze to death
ok hugði, at hann gæti frjósa til dauða
and he thought wolves may eat him
og hann hélt að úlfar mættu éta hann
the wolves that he heard howling all round him

úlfana sem hann heyrði grenja í kringum sig
but all of a sudden he saw a light
en allt í einu sá hann ljós
he saw the light at a distance through the trees
hann sá ljósið álengdar í gegnum trén
when he got closer he saw the light was a palace
þegar hann kom nær sá hann að ljósið var höll
the palace was illuminated from top to bottom
höllin var upplýst ofan frá og niður
the merchant thanked God for his luck
kaupmaðurinn þakkaði guði fyrir gæfu sína
and he hurried to the palace
og hann flýtti sér til hallarinnar
but he was surprised to see no people in the palace
en það kom honum á óvart að sjá ekkert fólk í höllinni
the court yard was completely empty
garðurinn var alveg tómur
and there was no sign of life anywhere
og hvergi sást lífsmark
his horse followed him into the palace
hestur hans fylgdi honum inn í höllina
and then his horse found large stable
og þá fann hestur hans stóra hesthús
the poor animal was almost famished
greyið dýrið var næstum hungrað
so his horse went in to find hay and oats
svo hestur hans fór inn að finna hey og hafrar
fortunately he found plenty to eat
sem betur fer fann hann nóg að borða
and the merchant tied his horse up to the manger
ok batt kaupmaðurinn hest sinn við jötuna
walking towards the house he saw no one
Þegar hann gekk í átt að húsinu sá hann engan
but in a large hall he found a good fire
en í stórum sal fann hann góðan eld
and he found a table set for one

og hann fann borð fyrir einn
he was wet from the rain and snow
hann var blautur af rigningu og snjó
so he went near the fire to dry himself
svo hann gekk nærri eldinum að þurrka sig
"I hope the master of the house will excuse me"
„Ég vona að húsbóndinn afsaki mig"
"I suppose it won't take long for someone to appear"
„Ég býst við að það taki ekki langan tíma þar til einhver birtist"
He waited a considerable time
Hann beið töluverðan tíma
he waited until it struck eleven, and still nobody came
hann beið þar til klukkan sló ellefu og enn kom enginn
at last he was so hungry that he could wait no longer
loksins var hann svo svangur að hann gat ekki beðið lengur
he took some chicken and ate it in two mouthfuls
hann tók kjúkling og borðaði hann í tveimur munnum
he was trembling while eating the food
hann skalf þegar hann borðaði matinn
after this he drank a few glasses of wine
eftir þetta drakk hann nokkur vínglös
growing more courageous he went out of the hall
hann varð hugrakkur og gekk út úr salnum
and he crossed through several grand halls
og hann fór yfir nokkra stóra sali
he walked through the palace until he came into a chamber
hann gekk í gegnum höllina þar til hann kom inn í herbergi
a chamber which had an exceeding good bed in it
herbergi sem var í mjög góðu rúmi
he was very much fatigued from his ordeal
hann var mjög þreyttur af erfiðleikum sínum
and the time was already past midnight
og klukkan var þegar komin yfir miðnætti
so he decided it was best to shut the door
svo hann ákvað að það væri best að loka hurðinni

and he concluded he should go to bed
og hann ályktaði að hann ætti að fara að sofa
It was ten in the morning when the merchant woke up
Klukkan var tíu að morgni, er kaupmaðurinn vaknaði
just as he was going to rise he saw something
þegar hann ætlaði að rísa sá hann eitthvað
he was astonished to see a clean set of clothes
hann undraðist að sjá hrein föt
in the place where he had left his dirty clothes
á þeim stað sem hann hafði skilið eftir óhrein fötin sín
"certainly this palace belongs to some kind fairy"
"vissulega tilheyrir þessi höll einhvers konar ævintýri"
"a fairy who has seen and pitied me"
" ævintýri sem hefur séð mig og vorkennt mér"
he looked through a window
hann leit í gegnum glugga
but instead of snow he saw the most delightful garden
en í stað snjós sá hann hinn yndislega garð
and in the garden were the most beautiful roses
og í garðinum voru hinar fegurstu rósir
he then returned to the great hall
sneri hann þá aftur í stóra salinn
the hall where he had had soup the night before
salurinn þar sem hann hafði fengið sér súpu kvöldið áður
and he found some chocolate on a little table
og hann fann súkkulaði á litlu borði
"Thank you, good Madam Fairy," he said aloud
„Þakka þér, góða frú Fairy," sagði hann upphátt
"thank you for being so caring"
"takk fyrir að sýna svona umhyggju"
"I am extremely obliged to you for all your favours"
„Ég er þér ákaflega þakklátur fyrir alla þína greiða"
the kind man drank his chocolate
góði maðurinn drakk súkkulaðið sitt
and then he went to look for his horse
ok þá fór hann at leita hests síns

but in the garden he remembered Beauty's request
en í garðinum minntist hann óskar fegurðar
and he cut off a branch of roses
og hann skar af rósum
immediately he heard a great noise
strax heyrði hann mikinn hávaða
and he saw a terribly frightful Beast
og hann sá ógurlega hræðilega dýr
he was so scared that he was ready to faint
hann var svo hræddur að hann var búinn að falla í yfirlið
"You are very ungrateful," said the Beast to him
"Þú ert mjög vanþakklátur," sagði dýrið við hann
and the Beast spoke in a terrible voice
og dýrið talaði hræðilegri röddu
"I have saved your life by allowing you into my castle"
„Ég hef bjargað lífi þínu með því að hleypa þér inn í kastalann minn"
"and for this you steal my roses in return?"
"og fyrir þetta stelur þú rósunum mínum í staðinn?"
"The roses which I value beyond anything"
"Rósirnar sem ég met meira en allt"
"but you shall die for what you've done"
"en þú skalt deyja fyrir það sem þú hefur gert"
"I give you but a quarter of an hour to prepare yourself"
„Ég gef þér aðeins stundarfjórðung til að undirbúa þig"
"get yourself ready for death and say your prayers"
"búið ykkur undir dauðann og biðjið ykkar"
the merchant fell on his knees
kaupmaðurinn féll á kné
and he lifted up both his hands
og hann lyfti upp báðum höndum sínum
"My lord, I beseech you to forgive me"
"Herra minn, ég bið þig að fyrirgefa mér"
"I had no intention of offending you"
„Ég ætlaði ekki að móðga þig"
"I gathered a rose for one of my daughters"

„Ég safnaði rós fyrir eina af dætrum mínum"
"she asked me to bring her a rose"
„hún bað mig að færa sér rós"
"I am not your lord, but I am a Beast," replied the monster
"Ég er ekki herra þinn, en ég er skepna," svaraði skrímslið
"I don't love compliments"
„Ég elska ekki hrós"
"I like people who speak as they think"
„Mér líkar við fólk sem talar eins og það hugsar"
"do not imagine I can be moved by flattery"
"ekki ímyndaðu þér að ég geti hrífst af smjaðri"
"But you say you have got daughters"
"En þú segir að þú eigir dætur"
"I will forgive you on one condition"
„Ég mun fyrirgefa þér með einu skilyrði"
"one of your daughters must come to my palace willingly"
"ein af dætrum þínum verður að koma til mín af fúsum og frjálsum vilja"
"and she must suffer for you"
"og hún verður að þjást fyrir þig"
"Let me have your word"
"Leyfðu mér að hafa orð þín"
"and then you can go about your business"
"og þá geturðu farið að vinna"
"Promise me this:"
"Lofaðu mér þessu:"
"if your daughter refuses to die for you, you must return within three months"
„Ef dóttir þín neitar að deyja fyrir þig, verður þú að snúa aftur innan þriggja mánaða"
the merchant had no intentions to sacrifice his daughters
kaupmaðurinn hafði ekki í hyggju að fórna dætrum sínum
but, since he was given time, he wanted to see his daughters once more
en þar sem honum var gefinn tími, vildi hann sjá dætur sínar enn einu sinni

so he promised he would return
svo hann lofaði að koma aftur
and the Beast told him he might set out when he pleased
og dýrið sagði honum að hann mætti leggja af stað þegar honum þóknaðist
and the Beast told him one more thing
og dýrið sagði honum eitt enn
"you shall not depart empty handed"
"Þú skalt ekki fara tómhentur"
"go back to the room where you lay"
"farðu aftur í herbergið þar sem þú látst"
"you will see a great empty treasure chest"
"þú munt sjá mikla tóma fjársjóðskistu"
"fill the treasure chest with whatever you like best"
"fylltu fjársjóðskistuna af því sem þér líkar best"
"and I will send the treasure chest to your home"
"og ég mun senda fjársjóðskistuna heim til þín"
and at the same time the Beast withdrew
og um leið dró dýrið til baka
"Well," said the good man to himself
„Jæja," sagði góði maðurinn við sjálfan sig
"if I must die, I shall at least leave something to my children"
"ef ég verð að deyja, mun ég að minnsta kosti skilja eitthvað eftir börnum mínum"
so he returned to the bedchamber
svo hann sneri aftur í svefnherbergið
and he found a great many pieces of gold
ok fann hann marga gullpeninga
he filled the treasure chest the Beast had mentioned
hann fyllti fjársjóðskistuna sem dýrið hafði nefnt
and he took his horse out of the stable
ok tók hann hest sinn ór hesthúsinu
the joy he felt when entering the palace was now equal to the grief he felt leaving it
gleðin sem hann fann þegar hann gekk inn í höllina var nú

jöfn þeirri sorg sem hann fann þegar hann yfirgaf hana
the horse took one of the roads of the forest
hesturinn tók einn af skógvegum
and in a few hours the good man was home
og eftir nokkrar klukkustundir var góður maður kominn heim
his children came to him
börn hans komu til hans
but instead of receiving their embraces with pleasure, he looked at them
en í stað þess að taka á móti faðmlögum þeirra með ánægju, horfði hann á þá
he held up the branch he had in his hands
hann hélt uppi greininni sem hann hafði í höndunum
and then he burst into tears
og svo brast hann í grát
"Beauty," he said, "please take these roses"
„fegurð," sagði hann, „vinsamlegast takið þessar rósir"
"you can't know how costly these roses have been"
"þú getur ekki vitað hversu dýrar þessar rósir hafa verið"
"these roses have cost your father his life"
"þessar rósir hafa kostað föður þinn lífið"
and then he told of his fatal adventure
og svo sagði hann frá banvænu ævintýri sínu
immediately the two eldest sisters cried out
þegar í stað hrópuðu tvær elstu systurnar
and they said many mean things to their beautiful sister
ok kváðu þær margt illt við sína fögru systur
but Beauty did not cry at all
en fegurðin grét alls ekki
"Look at the pride of that little wretch," said they
"Sjáðu stoltið af þessum litla aumingja," sögðu þeir
"she did not ask for fine clothes"
„hún bað ekki um fín föt"
"she should have done what we did"
„hún hefði átt að gera það sem við gerðum"
"she wanted to distinguish herself"

„hún vildi skera sig úr"
"so now she will be the death of our father"
"svo nú verður hún dauði föður okkar"
"and yet she does not shed a tear"
"og samt fellir hún ekki tár"
"Why should I cry?" answered Beauty
"Af hverju ætti ég að gráta?" svaraði fegurð
"crying would be very needless"
"grátur væri mjög óþarfi"
"my father will not suffer for me"
"faðir minn mun ekki þjást fyrir mig"
"the monster will accept of one of his daughters"
„skrímslið mun sætta sig við eina af dætrum sínum"
"I will offer myself up to all his fury"
„Ég mun bjóða mér upp á alla reiði hans"
"I am very happy, because my death will save my father's life"
„Ég er mjög ánægður, því dauði minn mun bjarga lífi föður míns"
"my death will be a proof of my love"
"dauði minn mun vera sönnun um ást mína"
"No, sister," said her three brothers
„Nei, systir," sögðu bræður hennar þrír
"that shall not be"
"það skal ekki vera"
"we will go find the monster"
"við förum að finna skrímslið"
"and either we will kill him..."
"og annað hvort drepum við hann..."
"... or we will perish in the attempt"
"...eða við munum farast í tilrauninni"
"Do not imagine any such thing, my sons," said the merchant
"Ímyndaðu þér ekki neitt slíkt, synir mínir," sagði kaupmaðurinn
"the Beast's power is so great that I have no hope you could overcome him"

"Máttur dýrsins er svo mikill að ég hef enga von að þú gætir sigrað hann"
"I am charmed with Beauty's kind and generous offer"
„Ég er heilluð af góðu og rausnarlegu tilboði fegurðar"
"but I cannot accept to her generosity"
„en ég get ekki sætt mig við örlæti hennar"
"I am old, and I don't have long to live"
"Ég er gamall og á ekki langan tíma eftir"
"so I can only loose a few years"
„svo ég get bara tapað nokkrum árum"
"time which I regret for you, my dear children"
"tími sem ég harma fyrir ykkar hönd, elsku börnin mín"
"But father," said Beauty
"En faðir," sagði fegurð
"you shall not go to the palace without me"
"þú skalt ekki fara í höllina án mín"
"you cannot stop me from following you"
"þú getur ekki hindrað mig í að fylgja þér"
nothing could convince Beauty otherwise
ekkert gat sannfært fegurð um annað
she insisted on going to the fine palace
hún krafðist þess að fara í fínu höllina
and her sisters were delighted at her insistence
og systur hennar voru ánægðar með kröfu hennar
The merchant was worried at the thought of losing his daughter
Kaupmaðurinn var áhyggjufullur við tilhugsunina um að missa dóttur sína
he was so worried that he had forgotten about the chest full of gold
hann var svo áhyggjufullur að hann hefði gleymt kistunni fullri af gulli
at night he retired to rest, and he shut his chamber door
um nóttina dró hann sig til hvíldar og lokaði hurð sinni fyrir herbergið
then, to his great astonishment, he found the treasure by his

bedside
þá fann hann, sér til mikillar undrunar, fjársjóðinn við rúmstokkinn
he was determined not to tell his children
hann var staðráðinn í að segja börnum sínum það ekki
if they knew, they would have wanted to return to town
ef þeir vissu, hefðu þeir viljað fara aftur í bæinn
and he was resolved not to leave the countryside
og var hann ákveðinn að fara ekki úr sveitinni
but he trusted Beauty with the secret
en hann treysti fegurðinni fyrir leyndarmálinu
she informed him that two gentlemen had came
hún tilkynnti honum að tveir herrar væru komnir
and they made proposals to her sisters
ok bjuggu þær systur hennar
she begged her father to consent to their marriage
hún bað föður sinn að samþykkja hjónaband þeirra
and she asked him to give them some of his fortune
ok bað hon hann gefa þeim fé sitt
she had already forgiven them
hún hafði þegar fyrirgefið þeim
the wicked creatures rubbed their eyes with onions
óguðlegu verurnar nudduðu augunum með lauk
to force some tears when they parted with their sister
að þvinga nokkur tár þegar þau skildu við systur sína
but her brothers really were concerned
en bræður hennar höfðu virkilega áhyggjur
Beauty was the only one who did not shed any tears
fegurðin var sú eina sem ekki felldi tár
she did not want to increase their uneasiness
hún vildi ekki auka vanlíðan þeirra
the horse took the direct road to the palace
hesturinn tók beina leið til hallarinnar
and towards evening they saw the illuminated palace
og undir kvöld sáu þeir hina upplýstu höll
the horse took himself into the stable again

hesturinn fór aftur inn í hesthúsið
and the good man and his daughter went into the great hall
og góði maðurinn og dóttir hans gengu inn í stóra salinn
here they found a table splendidly served up
hér fundu þeir borð sem var prýðilega framreitt
the merchant had no appetite to eat
kaupmaðurinn hafði enga lyst til að borða
but Beauty endeavoured to appear cheerful
en fegurðin reyndi að sýnast glaðvær
she sat down at the table and helped her father
hún settist við borðið og hjálpaði föður sínum
but she also thought to herself:
en hún hugsaði líka með sjálfri sér:
"Beast surely wants to fatten me before he eats me"
"dýrið vill örugglega fita mig áður en það borðar mig"
"that is why he provides such plentiful entertainment"
„þess vegna býður hann upp á svo mikla skemmtun"
after they had eaten they heard a great noise
eftir að þeir höfðu borðað heyrðu þeir mikinn hávaða
and the merchant bid his unfortunate child farewell, with tears in his eyes
og kaupmaðurinn kvaddi hið óheppilega barn sitt með tár í augunum
because he knew the Beast was coming
því hann vissi að dýrið var að koma
Beauty was terrified at his horrid form
fegurðin var skelfingu lostin yfir hræðilegu formi hans
but she took courage as well as she could
en hún tók kjark eins vel og hún gat
and the monster asked her if she came willingly
ok spurði skrímslið, hvort hún kæmi fúslega
"yes, I have come willingly," she said trembling
„Já, ég er fús til að koma," sagði hún skjálfandi
the Beast responded, "You are very good"
dýrið svaraði: "Þú ert mjög góður"
"and I am greatly obliged to you; honest man"

"og ég er þér mjög skylt, heiðarlegur maður"
"go your ways tomorrow morning"
"farðu þínar leiðir á morgun"
"but never think of coming here again"
"en hugsaðu aldrei um að koma hingað aftur"
"Farewell Beauty, farewell Beast," he answered
„Kveðju fegurð, kveðjudýr," svaraði hann
and immediately the monster withdrew
og þegar í stað dró skrímslið til baka
"Oh, daughter," said the merchant
"Ó, dóttir," sagði kaupmaðurinn
and he embraced his daughter once more
ok faðmaði hann dóttur sína enn einu sinni
"I am almost frightened to death"
„Ég er næstum dauðhræddur"
"believe me, you had better go back"
"Trúðu mér, þú ættir að fara aftur"
"let me stay here, instead of you"
"leyfðu mér að vera hér, í staðinn fyrir þig"
"No, father," said Beauty, in a resolute tone
"Nei, faðir," sagði fegurð, í ákveðinni tón
"you shall set out tomorrow morning"
"þú skalt leggja af stað á morgun"
"leave me to the care and protection of providence"
"lát mig í umsjá og vernd forsjónarinnar"
nonetheless they went to bed
samt fóru þeir að sofa
they thought they would not close their eyes all night
þeir héldu að þeir myndu ekki loka augunum alla nóttina
but just as they lay down they slept
en svá sem þeir lágu sváfu þeir
Beauty dreamed a fine lady came and said to her:
fegurð dreymdi að góð kona kom og sagði við hana:
"I am content, Beauty, with your good will"
"Ég er sáttur, fegurð, með þinn góða vilja"
"this good action of yours shall not go unrewarded"

"þessi góðverk þín skal ekki verða óverðlaunuð"
Beauty waked and told her father her dream
fegurð vaknaði og sagði föður sínum draum sinn
the dream helped to comfort him a little
draumurinn hjálpaði til að hugga hann aðeins
but he could not help crying bitterly as he was leaving
en hann gat ekki annað en grátið beisklega þegar hann var að fara
as soon as he was gone, Beauty sat down in the great hall and cried too
um leið og hann var farinn, settist fegurðin niður í stóra salnum og grét líka
but she resolved not to be uneasy
en hún ákvað að vera ekki óróleg
she decided to be strong for the little time she had left to live
hún ákvað að vera sterk í þann litla tíma sem hún átti eftir að lifa
because she firmly believed the Beast would eat her
því hún trúði því staðfastlega að dýrið myndi éta hana
however, she thought she might as well explore the palace
þó hélt hún að hún gæti allt eins kannað höllina
and she wanted to view the fine castle
og hún vildi skoða kastalann fína
a castle which she could not help admiring
kastala sem hún gat ekki annað en dáðst að
it was a delightfully pleasant palace
þetta var yndislega notaleg höll
and she was extremely surprised at seeing a door
og hún var mjög hissa á að sjá hurð
and over the door was written that it was her room
og yfir dyrnar var skrifað að það væri herbergið hennar
she opened the door hastily
hún opnaði hurðina í skyndi
and she was quite dazzled with the magnificence of the room
og hún var alveg töfrandi af glæsileika herbergisins

what chiefly took up her attention was a large library
það sem einkum vakti athygli hennar var stórt bókasafn
a harpsichord and several music books
sembal og nokkrar nótnabækur
"Well," said she to herself
"Jæja," sagði hún við sjálfa sig
"I see the Beast will not let my time hang heavy"
"Ég sé að dýrið mun ekki láta tíma minn hanga þungur"
then she reflected to herself about her situation
svo hugsaði hún með sjálfri sér um aðstæður sínar
"If I was meant to stay a day all this would not be here"
„Ef mér væri ætlað að vera einn dag væri þetta ekki allt hér"
this consideration inspired her with fresh courage
þessi yfirvegun veitti henni ferskt hugrekki
and she took a book from her new library
og hún tók bók úr nýja bókasafninu sínu
and she read these words in golden letters:
og hún las þessi orð með gylltum stöfum:
"Welcome Beauty, banish fear"
„Velkomin fegurð, bannið ótta"
"You are queen and mistress here"
"Þú ert drottning og húsfreyja hér"
"Speak your wishes, speak your will"
"Segðu óskir þínar, talaðu þinn vilja"
"Swift obedience meets your wishes here"
"Skjót hlýðni uppfyllir óskir þínar hér"
"Alas," said she, with a sigh
"Vei," sagði hún og andvarpaði
"Most of all I wish to see my poor father"
„Ég vil helst af öllu sjá aumingja föður minn"
"and I would like to know what he is doing"
"og mig langar að vita hvað hann er að gera"
As soon as she had said this she noticed the mirror
Um leið og hún hafði sagt þetta tók hún eftir speglinum
to her great amazement she saw her own home in the mirror
sér til mikillar undrunar sá hún sitt eigið heimili í speglinum

her father arrived emotionally exhausted
Faðir hennar kom tilfinningalega þreyttur
her sisters went to meet him
systur hennar fóru á móti honum
despite their attempts to appear sorrowful, their joy was visible
þrátt fyrir tilraunir þeirra til að sýnast sorgmæddur var gleði þeirra sýnileg
a moment later everything disappeared
augnabliki síðar hvarf allt
and Beauty's apprehensions disappeared too
og fegurðarhugsanir hurfu líka
for she knew she could trust the Beast
því hún vissi að hún gæti treyst dýrinu
At noon she found dinner ready
Um hádegi fann hún kvöldmatinn tilbúinn
she sat herself down at the table
hún settist sjálf við borðið
and she was entertained with a concert of music
og henni var skemmt með tónleikum
although she couldn't see anybody
þó hún gæti ekki séð neinn
at night she sat down for supper again
um nóttina settist hún aftur til kvöldverðar
this time she heard the noise the Beast made
í þetta sinn heyrði hún hávaðann sem dýrið gaf frá sér
and she could not help being terrified
og hún gat ekki annað en að vera hrædd
"Beauty," said the monster
"fegurð," sagði skrímslið
"do you allow me to eat with you?"
"leyfirðu mér að borða með þér?"
"do as you please," Beauty answered trembling
"Gerðu eins og þú vilt," svaraði fegurð skjálfandi
"No," replied the Beast
„Nei," svaraði dýrið

"you alone are mistress here"
"þú ein ert húsmóðir hér"
"you can send me away if I'm troublesome"
"þú getur sent mig í burtu ef ég er erfiður"
"send me away and I will immediately withdraw"
„sendið mig í burtu og ég mun strax hætta"
"But, tell me; do you not think I am very ugly?"
"En segðu mér, finnst þér ég ekki mjög ljótur?"
"That is true," said Beauty
"Það er satt," sagði fegurð
"I cannot tell a lie"
„Ég get ekki sagt ósatt"
"but I believe you are very good natured"
"en ég trúi því að þú sért mjög góðlyndur"
"I am indeed," said the monster
„Það er ég svo sannarlega," sagði skrímslið
"But apart from my ugliness, I also have no sense"
„En fyrir utan ljótleikann, þá hef ég ekkert vit á því"
"I know very well that I am a silly creature"
„Ég veit vel að ég er kjánaleg skepna"
"It is no sign of folly to think so," replied Beauty
„Það er ekkert merki um heimsku að halda það," svaraði fegurðin
"Eat then, Beauty," said the monster
„Borðaðu þá, fegurð," sagði skrímslið
"try to amuse yourself in your palace"
"reyndu að skemmta þér í höllinni þinni"
"everything here is yours"
"Hér er allt þitt"
"and I would be very uneasy if you were not happy"
"og ég væri mjög órólegur ef þú værir ekki ánægður"
"You are very obliging," answered Beauty
"Þú ert mjög skyldugur," svaraði fegurð
"I admit I am pleased with your kindness"
„Ég viðurkenni að ég er ánægður með góðvild þína"
"and when I consider your kindness, I hardly notice your

deformities"
"og þegar ég lít á góðvild þína, tek ég varla eftir vansköpunum þínum"
"Yes, yes," said the Beast, "my heart is good
„Já, já," sagði dýrið, „hjarta mitt er gott
"but although I am good, I am still a monster"
"en þó ég sé góður er ég samt skrímsli"
"There are many men that deserve that name more than you"
„Það eru margir karlmenn sem eiga það nafn meira skilið en þú"
"and I prefer you just as you are"
"og ég vil þig alveg eins og þú ert"
"and I prefer you more than those who hide an ungrateful heart"
"og ég kýs þig meira en þá sem fela vanþakklátt hjarta"
"if only I had some sense," replied the Beast
„Ef ég hefði aðeins vit," svaraði dýrið
"if I had sense I would make a fine compliment to thank you"
„Ef ég hefði vit myndi ég þakka þér fyrir gott hrós"
"but I am so dull"
"en ég er svo sljór"
"I can only say I am greatly obliged to you"
„Ég get bara sagt að ég er þér mjög skylt"
Beauty ate a hearty supper
fegurðin borðaði ljúffengan kvöldverð
and she had almost conquered her dread of the monster
og hún var næstum búin að sigra óttann við skrímslið
but she wanted to faint when the Beast asked her the next question
en hún vildi fá yfirlið þegar dýrið spurði hana næstu spurningu
"Beauty, will you be my wife?"
"fegurð, verður þú konan mín?"
she took some time before she could answer
hún tók nokkurn tíma áður en hún gat svarað

because she was afraid of making him angry
því hún var hrædd um að gera hann reiðan
at last, however, she said "no, Beast"
loksins sagði hún "nei, dýr"
immediately the poor monster hissed very frightfully
strax hvæsti greyið skrímslið mjög skelfilega
and the whole palace echoed
og öll höllin ómaði
but Beauty soon recovered from her fright
en fegurðin jafnaði sig fljótt af hræðslunni
because Beast spoke again in a mournful voice
því að skepnan talaði aftur með harmandi röddu
"then farewell, Beauty"
"þá bless, fegurð"
and he only turned back now and then
og hann sneri sér bara aftur af og til
to look at her as he went out
að horfa á hana þegar hann fór út
now Beauty was alone again
nú var fegurðin aftur ein
she felt a great deal of compassion
hún fann til mikillar samúðar
"Alas, it is a thousand pities"
"Vei, það er þúsund samúð"
"anything so good natured should not be so ugly"
"allt svo gott eðli ætti ekki að vera svo ljótt"
Beauty spent three months very contentedly in the palace
fegurð eyddi þremur mánuðum mjög ánægð í höllinni
every evening the Beast paid her a visit
hvert kvöld heimsótti dýrið hana
and they talked during supper
og töluðust þeir við um kvöldmáltíðina
they talked with common sense
þeir töluðu af skynsemi
but they didn't talk with what people call wittiness
en þeir töluðu ekki við það sem menn kalla vitni

Beauty always discovered some valuable character in the Beast
fegurðin uppgötvaði alltaf einhverja dýrmæta persónu í dýrinu
and she had gotten used to his deformity
og hún var orðin vön vansköpun hans
she didn't dread the time of his visit anymore
hún óttaðist ekki tíma heimsóknar hans lengur
now she often looked at her watch
nú leit hún oft á úrið sitt
and she couldn't wait for it to be nine o'clock
og hún gat ekki beðið eftir að klukkan væri orðin níu
because the Beast never missed coming at that hour
því að dýrið missti aldrei af því að koma á þeirri stundu
there was only one thing that concerned Beauty
það var aðeins eitt sem varðaði fegurð
every night before she went to bed the Beast asked her the same question
á hverju kvöldi áður en hún fór að sofa spurði dýrið hana sömu spurningu
the monster asked her if she would be his wife
skrímslið spurði hana hvort hún myndi vera konan hans
one day she said to him, "Beast, you make me very uneasy"
dag einn sagði hún við hann: "dýr, þú gerir mig mjög órólega"
"I wish I could consent to marry you"
"Ég vildi að ég gæti samþykkt að giftast þér"
"but I am too sincere to make you believe I would marry you"
"en ég er of einlægur til að láta þig trúa því að ég myndi giftast þér"
"our marriage will never happen"
"hjónaband okkar mun aldrei gerast"
"I shall always see you as a friend"
"Ég mun alltaf sjá þig sem vin"
"please try to be satisfied with this"
"vinsamlegast reyndu að vera sáttur við þetta"

"I must be satisfied with this," said the Beast
„Ég verð að vera sáttur við þetta," sagði dýrið
"I know my own misfortune"
„Ég þekki mína eigin ógæfu"
"but I love you with the tenderest affection"
"en ég elska þig með mestu ástúð"
"However, I ought to consider myself as happy"
„Ég ætti hins vegar að líta á mig sem hamingjusaman"
"and I should be happy that you will stay here"
"og ég ætti að vera ánægður með að þú skulir vera hér"
"promise me never to leave me"
"lofaðu mér að yfirgefa mig aldrei"
Beauty blushed at these words
fegurðin roðnaði við þessi orð
one day Beauty was looking in her mirror
einn daginn var fegurð að horfa í spegilinn hennar
her father had worried himself sick for her
faðir hennar hafði áhyggjur af því að hann væri veikur fyrir hana
she longed to see him again more than ever
hún þráði að sjá hann aftur meira en nokkru sinni fyrr
"I could promise never to leave you entirely"
„Ég gæti lofað að yfirgefa þig aldrei alveg"
"but I have so great a desire to see my father"
"en ég hef svo mikla löngun til að sjá föður minn"
"I would be impossibly upset if you say no"
„Ég yrði óhugsandi ef þú segir nei"
"I had rather die myself," said the monster
"Ég hefði frekar viljað deyja sjálfur," sagði skrímslið
"I would rather die than make you feel uneasiness"
„Ég vil frekar deyja en láta þig finna fyrir vanlíðan"
"I will send you to your father"
"Ég mun senda þig til föður þíns"
"you shall remain with him"
"þú skalt vera hjá honum"
"and this unfortunate Beast will die with grief instead"

"og þetta ógæfudýr mun deyja úr sorg í staðinn"
"No," said Beauty, weeping
"Nei," sagði fegurð og grét
"I love you too much to be the cause of your death"
"Ég elska þig of mikið til að vera orsök dauða þíns"
"I give you my promise to return in a week"
„Ég lofa þér að koma aftur eftir viku"
"You have shown me that my sisters are married"
"Þú hefur sýnt mér að systur mínar eru giftar"
"and my brothers have gone to the army"
"og bræður mínir eru farnir í herinn"
"let me stay a week with my father, as he is alone"
„leyfðu mér að vera í viku hjá föður mínum, þar sem hann er einn"
"You shall be there tomorrow morning," said the Beast
"Þú skalt vera á morgun," sagði dýrið
"but remember your promise"
"en mundu loforð þitt"
"You need only lay your ring on a table before you go to bed"
„Þú þarft bara að leggja hringinn þinn á borð áður en þú ferð að sofa"
"and then you will be brought back before the morning"
"og þá verður þú færð aftur fyrir morguninn"
"Farewell dear Beauty," sighed the Beast
„Vertu sæll elsku fegurð," andvarpaði dýrið
Beauty went to bed very sad that night
fegurð fór að sofa mjög dapur um kvöldið
because she didn't want to see Beast so worried
af því að hún vildi ekki sjá dýrið svona áhyggjufull
the next morning she found herself at her father's home
morguninn eftir fann hún sig heima hjá föður sínum
she rung a little bell by her bedside
hún hringdi lítilli bjöllu við rúmið sitt
and the maid gave a loud shriek
og ambáttin hrópaði hátt

and her father ran upstairs
og faðir hennar hljóp upp
he thought he was going to die with joy
hann hélt að hann myndi deyja af gleði
he held her in his arms for quarter of an hour
hann hélt henni í fanginu í stundarfjórðung
eventually the first greetings were over
loksins var fyrstu kveðjunni lokið
Beauty began to think of getting out of bed
fegurð fór að hugsa um að fara fram úr rúminu
but she realized she had brought no clothes
en hún áttaði sig á því að hún hafði engin föt með sér
but the maid told her she had found a box
en vinnukonan sagði henni að hún hefði fundið kassa
the large trunk was full of gowns and dresses
stóri skottið var fullt af sloppum og kjólum
each gown was covered with gold and diamonds
hver kjóll var þakinn gulli og demöntum
Beauty thanked Beast for his kind care
fegurð þakkaði dýrinu fyrir góða umönnun
and she took one of the plainest of the dresses
og hún tók einn hinn látlausasta kjól
she intended to give the other dresses to her sisters
hina kjólana ætlaði hún að gefa systrum sínum
but at that thought the chest of clothes disappeared
en við þá hugsun hvarf fatakistan
Beast had insisted the clothes were for her only
dýrið hafði fullyrt að fötin væru eingöngu fyrir hana
her father told her that this was the case
faðir hennar sagði henni að svo væri
and immediately the trunk of clothes came back again
og strax kom fötin aftur
Beauty dressed herself with her new clothes
fegurðin klæddi sig með nýju fötunum sínum
and in the meantime maids went to find her sisters
og í millitíðinni fóru vinnukonur að finna systur sínar

both her sister were with their husbands
báðar systur hennar voru með mönnum sínum
but both her sisters were very unhappy
en báðar systur hennar voru mjög óánægðar
her eldest sister had married a very handsome gentleman
Elsta systir hennar hafði gifst mjög myndarlegum herramanni
but he was so fond of himself that he neglected his wife
en honum þótti svo vænt um sjálfan sig, að hann vanrækti konu sína
her second sister had married a witty man
önnur systir hennar hafði gifst fyndnum manni
but he used his wittiness to torment people
en hann notaði vitsmuni sína til að kvelja fólk
and he tormented his wife most of all
ok kvaddi hann konu sína mest af öllu
Beauty's sisters saw her dressed like a princess
systur fegurðar sáu hana klædda eins og prinsessu
and they were sickened with envy
og þeir voru sjúkir af öfund
now she was more beautiful than ever
nú var hún fallegri en nokkru sinni fyrr
her affectionate behaviour could not stifle their jealousy
Ástúðleg hegðun hennar gat ekki kæft afbrýðisemi þeirra
she told them how happy she was with the Beast
hún sagði þeim hvað hún væri ánægð með dýrið
and their jealousy was ready to burst
og öfund þeirra var tilbúin að springa
They went down into the garden to cry about their misfortune
Þeir fóru niður í garð til að gráta yfir óförum sínum
"In what way is this little creature better than us?"
"Á hvaða hátt er þessi litla skepna betri en við?"
"Why should she be so much happier?"
"Af hverju ætti hún að vera svona miklu ánægðari?"
"Sister," said the older sister
"Systir," sagði eldri systirin

"a thought just struck my mind"
„hugsun datt mér í hug"
"let us try to keep her here for more than a week"
„reynum að hafa hana hér í meira en viku"
"perhaps this will enrage the silly monster"
„kannski mun þetta reita kjánalega skrímslið til reiði"
"because she would have broken her word"
„því hún hefði brotið orð sín"
"and then he might devour her"
"og þá gæti hann étið hana"
"that's a great idea," answered the other sister
„Þetta er frábær hugmynd," svaraði hin systirin
"we must show her as much kindness as possible"
„við verðum að sýna henni eins mikla vinsemd og hægt er"
the sisters made this their resolution
þær systur gerðu þetta að ályktun sinni
and they behaved very affectionately to their sister
og báru þau sér mjög ástúðlega fram við systur sína
poor Beauty wept for joy from all their kindness
vesalings fegurð grét af gleði af allri góðvild sinni
when the week was expired, they cried and tore their hair
þegar vikan var liðin grétu þeir og rifu hár sitt
they seemed so sorry to part with her
þeim þótti svo leitt að skilja við hana
and Beauty promised to stay a week longer
og fegurðin lofaði að vera viku lengur
In the meantime, Beauty could not help reflecting on herself
Í millitíðinni gat fegurðin ekki annað en að hugsa um sjálfa sig
she worried what she was doing to poor Beast
hún hafði áhyggjur af því hvað hún væri að gera vesalings dýrinu
she know that she sincerely loved him
hún veit að hún elskaði hann innilega
and she really longed to see him again
og hún þráði mjög að sjá hann aftur
the tenth night she spent at her father's too

tíundu nóttina sem hún eyddi líka hjá föður sínum
she dreamed she was in the palace garden
hana dreymdi að hún væri í hallargarðinum
and she dreamt she saw the Beast extended on the grass
og hana dreymdi hana sjá dýrið lengjast á grasinu
he seemed to reproach her in a dying voice
hann virtist ávíta hana með deyjandi röddu
and he accused her of ingratitude
og hann sakaði hana um vanþakklæti
Beauty woke up from her sleep
fegurðin vaknaði af svefni
and she burst into tears
og hún brast í grát
"Am I not very wicked?"
"Er ég ekki mjög vondur?"
"Was it not cruel of me to act so unkindly to the Beast?"
"Var það ekki grimmt af mér að koma svona óvinsamlega fram við dýrið?"
"Beast did everything to please me"
„dýrið gerði allt til að þóknast mér"
"Is it his fault that he is so ugly?"
"Er það honum að kenna að hann er svona ljótur?"
"Is it his fault that he has so little wit?"
"Er það honum að kenna að hann hefur svo lítið vit?"
"He is kind and good, and that is sufficient"
„Hann er góður og góður og það er nóg"
"Why did I refuse to marry him?"
"Af hverju neitaði ég að giftast honum?"
"I should be happy with the monster"
„Ég ætti að vera ánægður með skrímslið"
"look at the husbands of my sisters"
"horfðu á eiginmenn systra minna"
"neither wittiness, nor a being handsome makes them good"
"hvorki vitsmuni né myndarleg vera gerir þá góða"
"neither of their husbands makes them happy"
„Enginn eiginmaður þeirra gerir þá hamingjusama"

"but virtue, sweetness of temper, and patience"
"en dyggð, ljúfleiki skapsins og þolinmæði"
"these things make a woman happy"
„þessir hlutir gleðja konu"
"and the Beast has all these valuable qualities"
"og dýrið hefur alla þessa dýrmætu eiginleika"
"it is true; I do not feel the tenderness of affection for him"
"það er satt; ég finn ekki fyrir ástúðinni í garð hans"
"but I find I have the highest gratitude for him"
"en mér finnst ég vera þakklát fyrir hann"
"and I have the highest esteem of him"
"og ég hef mesta virðingu fyrir honum"
"and he is my best friend"
"og hann er besti vinur minn"
"I will not make him miserable"
„Ég mun ekki gera hann auman"
"If were I to be so ungrateful I would never forgive myself"
„Ef ég ætti að vera svona vanþakklát myndi ég aldrei fyrirgefa sjálfri mér"
Beauty put her ring on the table
fegurðin lagði hringinn sinn á borðið
and she went to bed again
og hún fór að sofa aftur
scarce was she in bed before she fell asleep
varla var hún í rúminu áður en hún sofnaði
she woke up again the next morning
hún vaknaði aftur morguninn eftir
and she was overjoyed to find herself in the Beast's palace
og var hún fegin að finna sig í höll dýrsins
she put on one of her nicest dress to please him
hún klæddist einum flottasta kjólnum sínum til að þóknast honum
and she patiently waited for evening
og hún beið þolinmóð eftir kvöldinu
at last the wished-for hour came
loksins kom óskastundin

the clock struck nine, yet no Beast appeared
klukkan sló níu, samt birtist ekkert dýr
Beauty then feared she had been the cause of his death
fegurð óttaðist þá að hún hefði verið orsök dauða hans
she ran crying all around the palace
hún hljóp grátandi um alla höllina
after having sought for him everywhere, she remembered her dream
eftir að hafa leitað hans alls staðar, mundi hún draum sinn
and she ran to the canal in the garden
og hún hljóp að síkinu í garðinum
there she found poor Beast stretched out
þar fann hún fátæka dýrið útréttað
and she was sure she had killed him
og hún var viss um að hún hefði drepið hann
she threw herself upon him without any dread
hún kastaði sér yfir hann án nokkurs ótta
his heart was still beating
hjarta hans sló enn
she fetched some water from the canal
hún sótti vatn úr skurðinum
and she poured the water on his head
og hún hellti vatninu yfir höfuð hans
the Beast opened his eyes and spoke to Beauty
dýrið opnaði augun og talaði til fegurðar
"You forgot your promise"
"Þú gleymdir loforði þínu"
"I was so heartbroken to have lost you"
„Ég var svo sár að hafa misst þig"
"I resolved to starve myself"
„Ég ákvað að svelta mig"
"but I have the happiness of seeing you once more"
"en ég er ánægð með að sjá þig einu sinni enn"
"so I have the pleasure of dying satisfied"
„svo ég hef ánægju af að deyja sáttur"
"No, dear Beast," said Beauty, "you must not die"

"Nei, elskan dýr," sagði fegurð, "þú mátt ekki deyja"
"Live to be my husband"
"Lifðu til að vera maðurinn minn"
"from this moment I give you my hand"
"frá þessu augnabliki gef ég þér hönd mína"
"and I swear to be none but yours"
"og ég sver að vera enginn nema þinn"
"Alas! I thought I had only a friendship for you"
"Æ! Ég hélt að ég ætti aðeins vináttu við þig"
"but the grief I now feel convinces me;"
"en sorgin sem ég finn núna sannfærir mig;
"I cannot live without you"
"Ég get ekki lifað án þín"
Beauty scarce had said these words when she saw a light
fegurðin hafði varla sagt þessi orð þegar hún sá ljós
the palace sparkled with light
höllin tindraði af ljósi
fireworks lit up the sky
flugeldar lýstu upp himininn
and the air filled with music
og loftið fylltist af tónlist
everything gave notice of some great event
allt gaf fyrirvara um einhvern stórviðburð
but nothing could hold her attention
en ekkert gat haldið athygli hennar
she turned to her dear Beast
hún sneri sér að dýrinu sínu
the Beast for whom she trembled with fear
dýrið sem hún skalf af ótta fyrir
but her surprise was great at what she saw!
en undrun hennar var mikil á því sem hún sá!
the Beast had disappeared
dýrið var horfið
instead she saw the loveliest prince
í staðinn sá hún yndislegasta prinsinn
she had put an end to the spell

hún hafði bundið enda á álögin
a spell under which he resembled a Beast
álög þar sem hann líktist skepnu
this prince was worthy of all her attention
þessi prins var verðugur allrar athygli hennar
but she could not help but ask where the Beast was
en hún gat ekki annað en spurt hvar dýrið væri
"You see him at your feet," said the prince
„Þú sérð hann við fætur þér," sagði prinsinn
"A wicked fairy had condemned me"
„Guðlaus ævintýri hafði dæmt mig"
"I was to remain in that shape until a beautiful princess agreed to marry me"
„Ég átti að vera í því formi þar til falleg prinsessa samþykkti að giftast mér"
"the fairy hid my understanding"
"álfurinn faldi skilning minn"
"you were the only one generous enough to be charmed by the goodness of my temper"
"þú varst sá eini nógu örlátur til að heillast af gæsku skapi mínu"
Beauty was happily surprised
fegurðin kom glaðlega á óvart
and she gave the charming prince her hand
og hún rétti hinum heillandi prins hönd sína
they went together into the castle
fóru þeir saman inn í kastalann
and Beauty was overjoyed to find her father in the castle
og fegurð var fegin að finna föður sinn í kastalanum
and her whole family were there too
og öll fjölskyldan hennar var þar líka
even the beautiful lady that appeared in her dream was there
jafnvel fallega konan sem birtist í draumi hennar var þarna
"Beauty," said the lady from the dream
"fegurð," sagði frúin úr draumnum
"come and receive your reward"

"komdu og fáðu laun þín"
"you have preferred virtue over wit or looks"
"þú hefur valið dyggð fram yfir vitsmuni eða útlit"
"and you deserve someone in whom these qualities are united"
"og þú átt skilið einhvern sem þessir eiginleikar eru sameinaðir í"
"you are going to be a great queen"
"þú verður frábær drottning"
"I hope the throne will not lessen your virtue"
"Ég vona að hásætið muni ekki draga úr dyggð þinni"
then the fairy turned to the two sisters
þá sneri álfurinn sér að systrunum tveimur
"I have seen inside your hearts"
"Ég hef séð innra með hjörtum þínum"
"and I know all the malice your hearts contain"
"og ég veit alla þá illsku sem hjörtu þín innihalda"
"you two will become statues"
"þið tvö verðið styttur"
"but you will keep your minds"
"en þú munt halda huga þínum"
"you shall stand at the gates of your sister's palace"
"Þú skalt standa við hlið hallar systur þinnar"
"your sister's happiness shall be your punishment"
"hamingja systur þinnar skal vera þín refsing"
"you won't be able to return to your former states"
"þú munt ekki geta snúið aftur til fyrri ríkja þinna"
"unless, you both admit your faults"
"nema þið viðurkennið báðir galla ykkar"
"but I am foresee that you will always remain statues"
"en ég er fyrirséð að þú munt alltaf vera styttur"
"pride, anger, gluttony, and idleness are sometimes conquered"
„Stundum er sigrað á stolti, reiði, mathætti og iðjuleysi"
"but the conversion of envious and malicious minds are miracles"

" en umskipti öfundsjúkra og illgjarnra huga eru kraftaverk"
immediately the fairy gave a stroke with her wand
strax gaf álfurinn högg með sprota sínum
and in a moment all that were in the hall were transported
og á augnabliki voru fluttir allir sem í salnum voru
they had gone into the prince's dominions
þeir höfðu farið inn í ríki höfðingjans
the prince's subjects received him with joy
Þingmenn prinsins tóku á móti honum með gleði
the priest married Beauty and the Beast
presturinn giftist fegurð og dýrinu
and he lived with her many years
og hann bjó hjá henni mörg ár
and their happiness was complete
og hamingja þeirra var fullkomin
because their happiness was founded on virtue
vegna þess að hamingja þeirra var byggð á dyggð

The End
Endirinn

www.tranzlaty.com

www.ingramcontent.com/pod-product-compliance
Lightning Source LLC
Chambersburg PA
CBHW012012090526
44590CB00026B/3980